GRANDMA PIPI AND THE ROSES

BIBI PIPI NA MAUA WARIDI

ENGLISH-SWAHILI

Corona Cermak

A CHILD IS
A FREE MIND

MTOTO NI
AKILI HURU

For David, Malaika and Adelka.

Your skin colour carries your identity, culture, dignity,

history, kindness and love.

And with love you were created.

Kwa ajili ya David, Malaika na Adelka.

Rangi ya ngozi yenu imebeba utamaduni wenu, historia yenu,

utu wenu, utambulisho wenu na upendo wetu kwenu.

Kwa upendo mkubwa mmeumbwa.

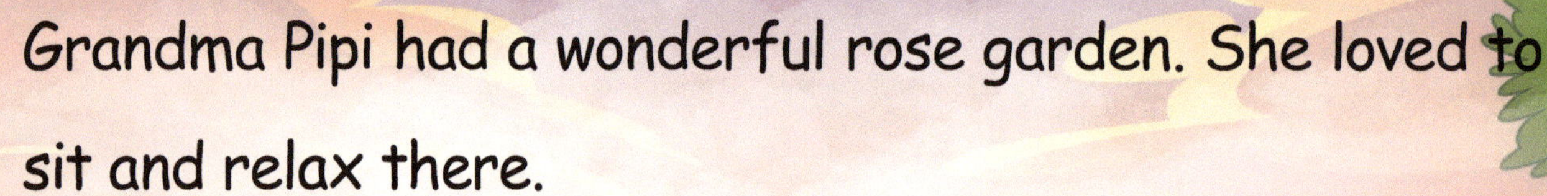

Grandma Pipi had a wonderful rose garden. She loved to sit and relax there.

"Mmmh! How I love my roses! They look so beautiful and smell so good." Grandma Pipi thought, as she was passing the roses to sit for a while in her garden.

Bibi Pipi alikuwa na bustani nzuri ya maua waridi.

Alifurahia sana kupumzika bustanini mwake.

"Mmmh! Nayapenda maua waridi yangu! Yana uzuri wa kustaajabisha na harufu ya kuvutia." Bibi Pipi alijisemea huku akiketi pembeni mwa maua waridi yake.

Just as she was picking up her book to read, she heard an argument going on between the Roses.

Punde tu alipochukua kitabu chake ili asome, akasikia malumbano kati ya maua waridi.

"Did you hear that? She says she likes me," White Rose said.

"Who told you that? Why do you think so? Grandma Pipi likes me the most, I am sure." Red Rose replied.

Umemsikia? Amesema ananipenda mimi," Waridi Jeupe alisema.

"Nani amekwambia? Kwa nini unafikiria hivyo? Nina uhakika kabisa Bibi Pipi ananipenda sana mimi kuliko ninyi nyote." Waridi Jekundu alijibu.

She continued, "Look how many red roses she has in the garden. This clearly shows that she likes me the most."

Akaendelea kusema, "Hebu angalia idadi ya maua waridi mekundu aliyokuwa nayo bustanini. Huu ni ushahidi wa kutosha kwamba, ananipenda mimi zaidi kuliko ninyi nyote."

"That's not true", White Rose replied angrily, "you know she likes me the most. She always touches me and smells me first. And, if you haven't noticed, she also waters me first," White Rose insisted.

"Siyo kweli," Waridi Jeupe akajibu kwa hasira. "Unajua kabisa ananipenda mimi sana, wakati mwingi hunishika na kunusa harufu yangu nzuri ya manukato. Kama hujagundua, Bibi Pipi hunimwagilia maji mimi kwanza kabla ya ninyi nyote." Waridi Jeupe alisisitiza.

While White Rose and Red Rose continued arguing, Pink Rose and Yellow Rose were getting so upset. They hated this daily argument in the garden. So they tried to ask White Rose and Red Rose to be quiet. "After all," they added, "we are all roses, there is no point in arguing."

Wakati Waridi Jeupe na Waridi Jekundu wakiendelea kugombana, Waridi Pinki na Waridi Njano walikwishajawa na hasira. Walichukizwa na ugomvi huu wa kila siku bustanini. Wakawaomba Waridi Jeupe na Waridi Jekundu kunyamaza. Wakawaambia, "Sisi sote ni maua waridi, hakuna haja ya kugombana."

"The most important thing is that Grandma Pipi loves us all equally. She takes care of all of us and she always smiles when she sees us."

"La msingi na muhimu sana ni kwamba Bibi Pipi
anatupenda sote kwa usawa. Anatujali na kila
anapotuona anatabasamu."

Grandma Pipi could not believe what she was hearing. But she decided just to listen very carefully and to wait and see what would happen.

Bibi Pipi hakuamini alichokisikia. Hatahivyo, akaamua kusikiliza kwa makini ili kujua nini kitafuata.

White Rose was now sobbing. She kept on insisting that she was the most beautiful rose of all. She believed she looked much better than Red Rose, Pink Rose or Yellow Rose and, that after all, she knew she produced the most the beautiful fragrance.

Waridi Jeupe sasa alikuwa analia kwa kwikwi huku akisisitiza kwamba yeye ni mrembo kuliko wote. Aliamini kwamba mwonekano wake ni mzuri kuliko Waridi Jekundu, Waridi Pinki na Waridi Njano. Pia, aliamini kuwa anatoa harufu nzuri sana ya manukato.

At this point, Red Rose was so furious that her thorns were sharp, ready to attack White Rose for being so mean.

Waridi Jekundu naye alishajawa na hasira, miba yake ilivimba na ikawa tayari kumdhuru Waridi Jeupe kwa tabia yake mbaya.

Yellow Rose was now very scared. She was shaking and hiding her face in her hands.

Woga ulimwingia Waridi Njano, alianza kutetemeka na akafunika uso wake kwa mikono yake.

Pink Rose started shouting, "That's enough, Roses, enough of this madness! There is no need to fight. Each of us is beautiful in our own way. Some of us are tall and some of us are short. Some of us have dark leaves and some of us have lighter. Some of us have big blossoms and some of us have small. But does this really matter? We are all roses."

Waridi Pinki akaanza kupayuka, "Inatosha jamani, acheni ujinga huu! Hakuna haja ya kupigana. Sisi sote ni warembo kwa namna zetu. Wengine ni warefu na wengine ni wafupi, wengine tuna majani ya kijani kibichi na wengine kijani isiyokoza, wengine tumechanua maua mengi wengine maua machache. Lakini, je, hii ina maana yoyote? Sisi sote ni waridi tu jamani."

"We all need soil, air and water to grow. We might have different colours but that does not make us better than others. Our job is to make this garden beautiful, to provide tasty food for insects, and to make Grandma Pipi happy."

"Tunahitaji udongo, hewa na maji ili kukua. Labda tuna rangi tofauti lakini hiyo haimaanishi kwamba sisi ni bora kuliko wengine. Kazi yetu ni kuipendezesha bustani hii, kutengeneza chakula kitamu kwa wadudu wote na kumfurahisha Bibi Pipi."

25

Grandma Pipi couldn't stand it anymore. She stood in front of her roses and said firmly: "Look here, in my eyes you are all beautiful roses. Your colours, shapes, fragrances and sizes are all unique. Many butterflies, bees, ladybirds, spiders and birds visit our garden because of you. It is because of your uniqueness that this garden is special and this world a more interesting place."

Bibi Pipi hakuweza kuvumilia tena, akasimama mbele ya maua waridi na akasema kwa msisitizo, "Nisikilizeni kwa makini, kwa mtazamo wangu ninyi nyote ni maua waridi warembo sana. Rangi zenu, maumbo yenu, manukato yenu na ukubwa wenu ni wa kipekee kabisa. Wadudu wengi kama vile vipepeo, bunzi, buibui na ndege wanakuja hapa bustanini kwa sababu yenu. Ni kwa sababu ya upekee wenu bustani hii inavutia na dunia hii inapendeza."

"What would the world look like if we were all the same? Very boring. So, celebrate your differences. Let us all live together in this garden as best friends." The Roses shook their leaves to agree with Grandma Pipi. Red Rose and White Rose said they were sorry to each other and to the other Roses.

"Je, dunia ingeonekanaje kama vitu vyote vilivyomo vingefanana? bila mvuto wowote. Hivyo basi, furahieni tofauti zenu na tuishi kwenye bustani hii kama marafiki."
Maua Waridi yakatingisha majani yake kuonyesha ishara ya kukubaliana na alichokisema Bibi Pipi. Waridi Jekundu na Waridi Jeupe wakaombana msamaha na wakaomba msamaha kwa wengine.

There were no more arguments about who was the best or the most beautiful. From that day on Grandma Pipi's rose garden has been filled with happiness and laughter and everybody loves to visit it.

Hakukuwa na ugomvi tena wa nani ni bora zaidi au nani ni mrembo zaidi. Kuanzia siku hiyo bustani ya Bibi Pipi ikawa imejaa furaha na vicheko, kila mtu anapenda kutembelea mahali hapo.

Other books written by Corona Cermak:

1.Rooster's Voice

2.Grandma Pipi and the Roses

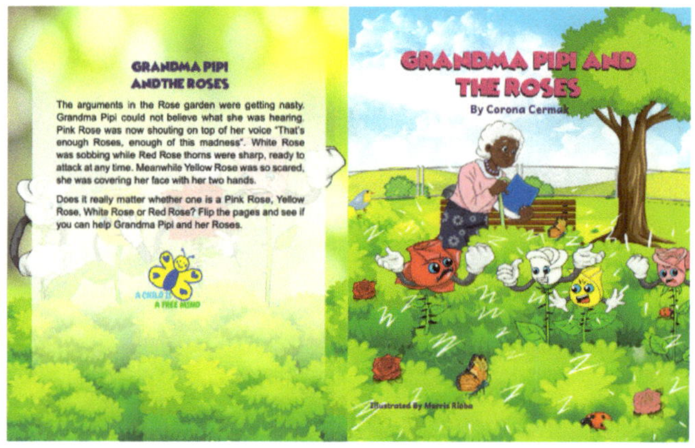

3.Baby Caterpillar/ Kiwavi Mtoto

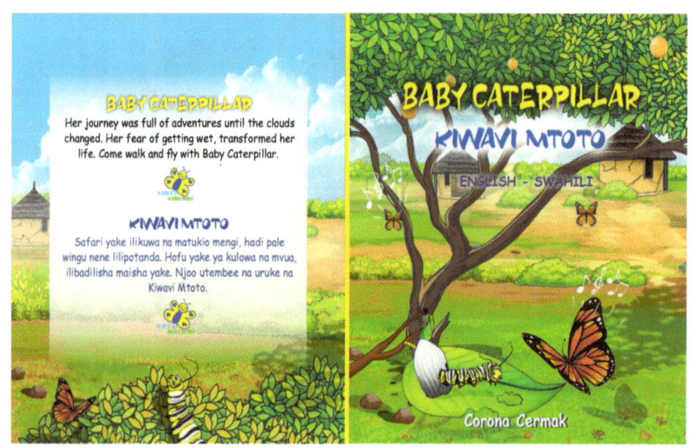

Vitabu vingine vilivyoandikwa na Corona Cermak:

1.Sauti ya Jogoo

2.Bibi Pipi na Maua Waridi

Contact the author / *Wasiliana na mwandishi*

Instagram and Youtube: Corona Cermak

Facebook: Rooster's Voice or Mtoto ni akili huru

Angalizo

Neno *Waridi* katika lugha ya Kiswahili lina maana mbili. Maana ya kwanza ni *ua Waridi* na maana ya *pili ni rangi ya Pinki.*

Ili kuzuia mkanganyiko katika hadithi wakati ninapozungumzia Pink Rose, niliamua kutumia neno PINKI kumuelezea Pink Rose la sivyo ningemuita Waridi Waridi ambayo isingekuwa na maana.